AF742307

அறைக்குள் வந்த பட்டாம்பூச்சி

சி.அஷ்வின் பரமேஷ்வர்

notionpress
.com
INDIA • SINGAPORE • MALAYSIA

Copyright © S.Ashwin Parameshwar 2022
All Rights Reserved.

ISBN 979-8-88815-673-5

This book has been published with all efforts taken to make the material error-free after the consent of the author. However, the author and the publisher do not assume and hereby disclaim any liability to any party for any loss, damage, or disruption caused by errors or omissions, whether such errors or omissions result from negligence, accident, or any other cause.

While every effort has been made to avoid any mistake or omission, this publication is being sold on the condition and understanding that neither the author nor the publishers or printers would be liable in any manner to any person by reason of any mistake or omission in this publication or for any action taken or omitted to be taken or advice rendered or accepted on the basis of this work. For any defect in printing or binding the publishers will be liable only to replace the defective copy by another copy of this work then available.

சமர்ப்பணம்

'தந்தை மகற்கு ஆற்றும் நன்றி' என்ற குறளுக்கு ஏற்ப
என்னை படிக்க வைத்து இலக்கியம் படைக்க
வைத்த என் தந்தை ப. சிவக்குமார் அவர்களுக்கு...

Contents

அணிந்துரை

வாழ்வு பற்றிய அவதானிப்புகள்

இரா. காமராசு

கவிதை என்பது ஒரு துண்டு வாழ்க்கை. அது ஒரு மனநிலை. கவிதையில் வாழ்வும், வாழ்வில் கவிதைத் தருணங்களும் பெரும்பேறு. வாழ்க்கையின் பொருள் என்ன? என்பது ஆதி மாந்தன் தொடங்கியத் தேடல். மெய்யியல், அறவியல், அறிவியல் சார்ந்து இது தொடர்ந்து கொண்டே இருக்கிறது. வாழ்வுப் புதிர் ஒரு முடிவிலி. பல பூட்டுக்கள். சாவிகள் தயாரித்துக் கொண்டே இருக்க வேண்டியிருக்கிறது. களைத்துப் போகும்போது மென்காற்றாய் படைப்புத் துளிகள். படைப்பு என்பது துப்பாக்கிகளாகவும் பூச்செண்டுகளாகவும், படைப்பவனும் நுகர்பவனும் சந்தித்துக் கொள்ளும் புள்ளி முக்கியமானது. இதில் மேல் கீழ் இல்லை. மெய்த் தேடல் படைப்பின் அருங்குணம்.

கவிஞர் அஷ்வின் பரமேஷ்வரின் வாழ்வு கவித்துவமானது. பரந்த உலக இலக்கிய வாசிப்பும், இலக்கியக்கல்விக் கற்பிப்பும் இவர் படைப்பின் பலம். தான் கண்டு, கேட்டு, உணர்ந்த வாழ்வுத் துளிகளையே கவிதை வடிவில் தருகிறார். எளிய மனிதர்களின் நேரப் பேச்சு போல, சிட்டுக் குருவிகளின் கூட்டொலிகள் போல, பட்டாம் பூச்சிகளின் பல் வண்ணங்கள் போல இவரின் கவிதைகள்.

சக மனித அக்கறை, சமூக நடப்பியல் அவலம், மறைந்து வரும் மனிதம், தொலைந்து போகும் அறம், தூர்ந்து கிடக்கும் அன்பு, நம்பிக்கையில்லா அரசியல், துயர்தரும் வெளி... எனப் பல தளங்களில் இவரின் கவிதைகள் கால் பாவி நிற்கின்றன.

இரக்கம் கோரலும், தன்னிரக்க மொழிதலும், எள்ளல் தன்மையும், குறுக்கு விசாரணையும், நெறி பகர்தலும் இவரின் கவிதை இயல்புகளாக அமைகின்றன.

இரவை வழி அனுப்பும் வெயில். வானின் நீர் வீழ்ச்சியாய் மழை. சிறு சதுரத்தில் மாட்டிய நெஞ்சம். வாழ்வெனும் கொடுங்கனவு. ஆசையின் கடலாகவும் இன்ப ஓசையின் கூடலாகவும் மாயப்பனிமாளிகை. காலநிதியில் கோடைக்கால பெருந்தனிமை. இலைகளோடு உதிரும் அமரனான

சமரன். மினுக்கிக் கொண்டே வீசும் ஒளிவாள். நீர்த்திவலையான கடல் பறவை. மரணத்தின் முத்தம். பெருங்கதவைத் திறக்கும் பித்தனின் சாவி. அறிவுக்குளத்தில் நீந்தும் சிறுவாத்து... என்றெல்லாம் இவரின் கவிதைத் தெறிப்புகள். இவை வாழ்வு பற்றிய அவதானிப்புகளாக, ஏக்கங்களாக, பெருமூச்சாக கவிதைகளில் வெளிப்படுகின்றன. ஒரு வித **'சர்ரியலிச'**த் தன்மை இக்கவிதைகளின் அடிச்சரடாய் அமையக் காணலாம்.

மனிதன் தனக்குத் தானே அந்நியப்பட்டு நிற்கிறான். நம்பிக்கையின்மை பெருகிவிட்டது. இதனை, **'உள்ளங்கையில் பாயும் ரத்தநதியின் கரைகளாம் ரேகைகளில் ஒரு வணிகம்'** நடக்கிறது, எனக் **'கணிப்பு'** கவிதைச் சுட்டுகிறது. **'மென்பொறி'** கவிதையோ இயந்திர உலகில் தானும் ஒரு பொறியாக **'தனியராய்'** ஆகிநிற்கும் அவலம் உரைக்கிறது. **'தனியனாய் தவிக்கிறான் மன இறுக்க வாதையில் அனாதையாய் அழுது கொண்டிருக்கும் அறம்'.** அற்புதச் சித்திரம். **'இல்லாதவன்'** கவிதையோ வாழ்வில் வெறுமையாகி, வெறுமையில் வாழ்வைத் தேடும் நிலையைச் சொல்கிறது. **'ஆதிநிலம்'** இயற்கையழித்து செயற்கைச்சூழ வணிக மயமாக்கத்தை இடித்துரைக்கிறது. **'வளர்ச்சி'** நாட்டின் பொருளாதாரத்தை டீக்கடை அக்கவுண்டில் எடை போடுகிறது. **'தண்டனை'** பால் பிரிவினையின்

மூல முகத்தை அம்பலப் படுத்துகிறது. **'ஒரு குட்டியானை, ஒரு பாட்டி, ஒரு காக்கா'** கதைக் கவிதைச் சித்திரம். **'மயில் காகம்'** – அழகு குறித்த குழந்தைமையின் பாகுபாடற்ற உள்ளவெளி. இப்படி உருவிலும் உள்ளடக்கத்திலும் கவிதைகள் மிளிர்கின்றன. இவற்றைப் படித்துக் கடந்து விட்டாலும் இவை மன ஆழத்தில் சஞ்சலப்படுத்துகின்றன. இதுதான் இக்கவிதைகளின் வெற்றி.

கவிஞர் ஆங்கில இலக்கிய ஆசிரியர் என்பதால் ஓரிரு கவிதைகளில் படிமங்களாக அயலகக் குறிகள். **'தீர்ப்பு'** கவிதை நடப்பு இந்திய நாட்டின் நிலையைச் சுட்டுகிறது. மதம் துறந்த கடவுள் **'ஆல்பா சென்டாவுரியில்'** அடைக்கலமாவதாகக் காட்டுகிறார். அதேபோல **'சந்திப்பு'** காதல் நினைவைப் பேசும் போது அந்திசாயும் பொழுதினில் **'ஆப்ரிகாட்'** மரத்தடியில் சந்தித்துக் கொள்வோம் என்கிறார். **'கிராண்ட்கேன்யன்'** இயற்கையழகைப் படம்பிடிக்கிறது.

ஆங்காங்கே அழகியல் கீற்றுகளைத் தரிசிக்க முடிகிறது.

'அறுக்கப்படாமல் இருக்க தன்னை கிழித்துக் கொள்கிறது வாழை இலை'

'மாலை இரவுக்கு பட்டா எழுதி கொடுத்த போது'

‘பத்தொன்பதாம் நூற்றாண்டு தலைத்துவட்டும் ஒளித்துண்டு புகைப்படம்’

‘மேகமே, நீ வானத்துண்டுதானே’

‘என் மனமோ கழுதை, நினைவுப் பொதி மூட்டைகளை இறக்கி வைக்கலாம்’

‘மொழியாட்டு மந்தை’

‘சொற்குருதி மழை’

‘வெண் காகிதச் சிறை’

‘சட்டை போட்ட சீமை நாய்’

‘வானத்தின் காலனியாதிக்கம்’

‘கல்யாண ஆல்பங்களே வீடுகளின் ஆவணக்காப்பகம்’

‘நான் கனவில் ஊரில் வசிக்கும் மனிதன்’

‘தந்தூரி ஆகாமல் சுதந்திரமாய் பறவைகள்’

இப்படிச் சொல்லிக் கொண்டே போகலாம்.

இவை இன்றைய வாழ்வின் பிழிவுகள். **‘மாடல்ல மற்றவை’, ‘உணவுச்செயலி’, ‘தொடர்கொலைக்காரர்கள்’, ‘கொரோனா காதல்’, ‘ஊரடங்கு’, ‘பெருந்தனிமை’** போன்ற கவிதைகள் நிகழ்வாழ்வின் துயர் பொழுதைப் படம் பிடிக்கின்றன.

அஷ்வின் பரமேஷ்வர் கவிதைகள் வாழ்வை, வலியை, வசந்தத்தை, வன்மத்தை, வார்த்தைப்படுத்தி நிற்கின்றன. அவருக்கு வாழ்க்கை ஒரு கோப்பைத் தேநீராக... நமக்கும் தான். அருந்துவோம்.

இனிமையும் எளிமையும் அழகும் கூடிவரப்பெற்றக் கவிதைகள். தமிழின் நீண்ட கவிதைக் களத்தில் இக்கவிதைகளும் தம்மைப் பதியமிட்டுக் கொள்ளும். வாழ்த்துக்கள்!

பேராசிரியர் முனைவர் இரா. காமராசு

துறைத்தலைவர், நாட்டுப்புறவியல் துறை

தமிழ் பல்கலைக்கழகம், தஞ்சை

என்னுரை

கவிதைகள் வழி இந்த உலகத்தை காண்பது எனக்கு அலாதி பிரியம். என் முதல் கவிதை தொகுப்பு காகிதமழை வெளிவந்து ஏழு வருடங்கள் ஆகின்றன. இந்த நேரத்தில் என் தாய்மாமா மருத்துவர் ச. மருதுதுரை அவர்களுக்கு என் நன்றியை உரித்தாக்குகிறேன். என் முதல் கவிதை தொகுப்பிலும், என் இரண்டாவது கவிதை தொகுப்பான "அறைக்குள் வந்த பட்டாம்பூச்சி" யிலும் அவரது பங்களிப்பு முக்கியமானது. இந்த ஏழு வருடங்களில் நான் பார்த்த நிகழ்வுகளும் என்னை பாதித்த சம்பவங்களுமே கவிதைகளாய் பரிணமித்துள்ளன. சமூகத்துக்கு தேவையானதை கொடுப்பவன் வியாபாரி, மக்களை தன் பக்கம் இழுப்பவன் கலைஞன் என்பது சமீபத்தில் ஒரு வார இதழில் நான் படித்த கூற்று. நான் நடுவில் நிற்பதாய் உணர்கிறேன். என் கவிதைகள் இரண்டு வகைப்படும். வாசிப்பவர்களின் ரசனைக்கேற்ப சில கவிதைகளை நான் எழுதியிருக்கிறேன். என் மனதிற்கு நெருக்கமான தலைப்புகளிலும் எழுதியிருக்கிறேன்.

சமூக கோபத்தை வெளிப்படுத்தும் அதே நேரம், இயற்கையின் பேரழகையும், அன்றாட வாழ்வின் சிறு தருணங்களையும் என் கவிதைகளில் காட்சிப்படுத்தியுள்ளதாய் நம்புகிறேன். தனது பணிகளுக்கு இடையே எனக்காக நேரம் ஒதுக்கி இந்த கவிதை தொகுப்பிற்கு அணிந்துரை எழுதிய கவிஞர் பேராசிரியர் இரா. காமராசு அவர்களுக்கு என் உளங்கனிந்த அன்பும் நன்றியும். என் மேலிருக்கும் அன்பை வார்த்தைகளாய் வெளிப்படுத்திய நண்பர் அருட்தந்தை. சந்தோஷ் அவர்களுக்கு நெஞ்சார்ந்த நன்றி. இக்கவிதை தொகுப்பு வெளிவர காரணமான நோஷன்ப்ரெஸ் பதிப்பகத்துக்கும், என் மாணவர் அனீஷ் அவர்களுக்கும் நன்றியை தெரிவித்துக்கொள்கிறேன்.

என்னை கவிஞன் ஆக்கியதில் பெரும்பங்கு அம்மா மாலதிக்கு உண்டு, தமிழின்பால் அவருக்கு உள்ள ஈடுபாடும் அன்பும் என்னை ஊக்கப்படுத்தியது. இந்த நேரத்தில் என் மனைவி கோபிகாஸ்ரீ அவர்களுக்கு நன்றி சொல்ல விழைகிறேன். என் கவிதைகளை தட்டச்சு செய்து, முதல் விமர்சகராய் இருந்து அவர் செய்த உதவி இன்றியமையாதது. எனது கவிதைகளை வாசித்து ஊக்கமளித்த தங்கை வருணா ஷிவானிக்கு என் நன்றிகள். மயில்காகம் என்ற கவிதையை நான் எழுத காரணம் என்

மகன்தான். எனதன்பு மகன் தியான் சமரனுக்கு என் அன்பும் முத்தங்களும்.

இறுதியாக தங்கள் உழைப்பின் ஒரு பங்கை என் நூலுக்காக செலவழிக்கும் வாசகர்களுக்கு என் மனமார்ந்த நன்றி.

சி. அஷ்வின் பரமேஷ்வர்

உதவி பேராசிரியர்

ஆங்கிலத்துறை

இலயோலா கல்லூரி

சென்னை

அலைபேசி எண்: *+91-9962132244*

மின்னஞ்சல் முகவரி: *parameshwarashwin@gmail.com*

1

மழைக்காலை

நேற்றிரவுகூட வெயில்தான் வழியனுப்பியது
உறங்கும்போதும் கூடவே பயணித்தது
வியர்வைத்துளியாய்!
இடையில் பட்டாம்பூச்சி பறக்கும் உணர்வு
ஆயிரம் பாம்புகள் காய்ந்த சருகில்
ஊர்வது போல் சத்தம்
கனவும் நினைவும் கைதட்டும் பொழுதில்
தெரிகிறது
இது வானின் நீர்வீழ்ச்சியென்று
விழிக்காமலேயே நனைகிறேன்
விழித்தாலும் நனைவேன்
மென்சிரிப்போடு உதடுகள்...
நாளை மழைக்காலை அல்லவா!

2

நெஞ்சம் மறக்கவில்லை

கூடற்ற என் ஆன்மாவிற்கு புகலிடம் தேடுகின்றேன்
காட்டில் வாழ்ந்த பறவை
கூண்டாவது கிடைக்காதா
என அலைவதைப் போல்

உடல்போல் தெரிந்தாலும் இது மெய்யில்லை
என் உயிர் போய் விட்டாலும் நான் பொய்யில்லை
உன் இச்சை பிச்சை கேட்டதோ?
அதற்கு நான் தான் காணிக்கையா?

என் அழகான கண்கள் எங்கே?
உன் சிவப்பான கைகளைப் பார்
அலையடித்த கூந்தல் எங்கே?
உன் வீட்டின் தோட்டத்திலா?

உதிரத்தால் குளிப்பாட்டினாய்
அதுதான் தேனிலவோ?

சிறு சதுரத்தில் நீ மாட்டினாய்
உன் வாழ்வு கொடுங்கனவோ?

என் காதலின் ஆழத்தைப் பார்
உன்னை பயத்தில் மூழ்கடிக்கும்
காமத்தின் உச்சம் உணர்
உன் உடல் ஆவியாகும்

துடிக்க இதயமில்லை
சத்தம் கேட்கிறது -என் ஆன்மாவின் கூற்று
நெஞ்சம் மறக்கவில்லை
உன் கத்தியின் கூர்முனையை.

3

மாயப்பனி

இந்த இரவு அடர்த்தியானது
நம்மை முழுதாக சூழ்ந்துள்ளது
நம்மை உணர்வதற்கு சான்று
மூச்சின் ஓசை மட்டுமே
விரல்கள் கோர்த்து நடக்கவா?
குளிர் புகுந்துவிடும் கைகளில்
இந்த ஏரியில் மிதக்கும் ஆளில்லா படகுகள்
நம்மை ஏக்கத்துடன் பார்க்கின்றன
நாமாவது கம்பளிச்சால்வையுடன் நிலத்தில்
அவை வெண்பனிச்சாரலுடன் நீரில்
சலசலக்கும் இலைகளைத் தவிர
யாருமில்லை இங்கே
எவ்வளவு தூரம் செல்வோம் - நீயே சொல்!
எனக்கு இந்தப் பனி(ணி) பிடித்திருக்கிறது
வெண்சுருட்டு புகைக்கலாம் என நினைத்தால்
உன் உதடுகளால் தடுக்கிறாய் - புகை
வந்துக்கொண்டுதான் இருக்கிறது

மது குடிக்கலாம் என நினைத்தால்

இறுக்கப் பற்றினாய் - போதை ஏறத்தான் செய்கிறது

உடல்தன் மொழி பேச

ஆசையின் திடலாகிறது

இன்பஓசையின் கடலாகிறது

முன் வரும் காட்டினில் தொலைந்து விடலாமா?

மனித வீடுகள் அலுத்துவிட்டன

அவை நம் காதலுக்கு உகந்ததல்ல

இந்த இரவு இங்கு தங்குவோம்

குளிரில் நடுங்கும் பறவைகளும், பனியில் உறங்கும்

மிருகங்களும்

நம்மை அழைக்கின்றன

இந்த மாயப்பனி மாளிகைக்கு...

4

உதிர்தல்

காலநதியை கரையில் அமர்ந்து பார்த்தேன்
அதன் கோடைக்கால மதியத்தின்
பெருந்தனிமையையும்
மழைக்கால வெள்ளத்தின்
ஆர்ப்பரித்தலையும் சலனத்துடன்
ரசித்தேன்
காற்றில் ஊசலாடிய
கிளை நுனி இலைகளை
கண் அயராமல் லயித்த
பொழுதினில் அவை உதிர்ந்தன...
அதனதன் இயல்பில்
வாழ்வின் இயக்கம்
எத்தனை கற்பிதங்கள் இருந்தாலும்
கரை ஒதுங்கிய திமிங்கலமாய்
மனம் - எவ்வளவு கணம்?

மீண்டும் வீசிய மென்காற்றில்

இலைகளோடு உதிர்ந்தேன்

அமரனான சமரன் நான்.

5

கடல் பறவை

வானத்தின் மிக நீண்ட எல்லைகளை
சுகமாக கடக்கிறேன்
இது எல்லையா?
பிரித்தால்தானே எல்லை
எண்ண ஓட்டத்தில் பறந்த என்னை
வழிமறித்தது வானவில் - முழு வட்ட வானவில்
கதிரவன் ஓவியம் வரைந்த கதையிது
ஒன்று பலவாக, பன்மை ஒன்றாக...
இடித்துக்கொண்ட மேகங்களுக்கிடையே
பிடிகொடுக்காமல் பறக்க
மினுக்கிக்கொண்டே வீசும் ஒளிவாள்
கண்ணைக் கூச
வேகமெடுத்து, சிறகு விரித்து
நெடும்பயண முடிவில்
அமர்ந்தேன் பெரும் நீர்த்திவலையான
கடல்முன்
ஆம், நான் கடல் பறவை.

6

முத்தம்

எதிர்பாராத பொழுதுகளில்

ஆசை தரும் உந்துதலில்

ஆச்சரியங்களின் அலைகழிப்பில்

விளையாட்டின் சிறு தருணத்தில்

சாலையின் தடுப்புச்சுவரில்

போதையின் விளிம்பில்

தூக்குக்கயிற்றின் முடிச்சில்

இயற்கையின் களிநடனத்தில்

செயற்கையின் கைகுலுக்கலில்

இதயத்தின் கடைசி துடிப்பில்

நோயின் கோரப் பசியில்

என மரணத்தின் முத்தம்

தனித்துவமானது.

7

பதில்

நம் நிழல்கள் அருகருகே
நம்மைவிட அவை
அதீத காதல் பறவைகள்
அந்த நொடிகளில் காதலின்
பேரின்பத்தை கொண்டாடுவதா?
இல்லை காமத்தின்
சிற்றின்பத்தில் திண்டாடுவதா?
என்னை தவறாக எண்ண வேண்டாம்
கேள்வி கேட்பது நானல்ல
என் கனவுகள்
பதிலை நீ என்னிடம்
கூறினால் போதும் ரகசியமாய்.

8

பித்தனின் சாவி

என் வெறுமைத் தோட்டத்தில்
பூத்த வார்த்தைப் பூக்களே!
அர்த்த வண்டுகளை வாசனை ஈர்க்கிறது
பொட்டல் காட்டில் அலையும் பித்துப்
பிடித்தவனுக்கு
பொட்டில் விழும் தூரல் மாமருந்து
நீ எனக்கு அச்சிறு தூரல்
நான் எனக்கு பெருத்தேடல்
என் மனக்கடலை வடிகட்டி எடுத்த
கைப்பிடி உப்பு நீ
உன் பிறப்பிற்கு பெருந்தனலில்
ஆவியானேன்
உன்னால்தான் வாழ்வெனும்
பெருங்கதவை திறக்க
எனக்கே நான் சாவியானேன்.

9

பயணியர் நிழற்குடை

முப்பது வருடங்கள் இருக்கும்
நான் பிறப்பெடுத்து
கரடுமுரடான சாலைகளில்
ஆடிக்கொண்டே வரும் பேருந்திற்கு
சரடுசரடாக மக்கள் எறும்புகளாய்
காத்திருப்பர்
அப்பொழுது எனக்கு மவுசு அதிகம்
எத்தனை காதல்களை பார்த்திருப்பேன்?
எவ்வளவு பெயர்களை என் சுவற்றில்
ஏந்தியிருப்பேன்?
நான் என் ஊர் மக்களின் தாஜ்மஹால்
கண்ணீரும், ரகசியங்களும் பத்திரமாக இருக்கிறது
என் பழுப்பேறிய செங்கற்களில்
மாறாவிடில் அது காலமில்லையே?
வழித்தடம் மாற, தார்ச்சாலைகள் சேர
நான் அந்நியமானேன்
அன்றாடம் பார்த்த அக்காக்களும்

என்னுடனே இருந்த அண்ணன்களும்

சட்டென மாயமானார்கள்

நானோ நடுக்காட்டில் சிக்கிய

மாயமானானேன்

இருக்கைகளை புதர்கள்

இருக்கை நீட்டி அணைக்க

மேற்கூரையை மரங்கள்

வாஞ்சையோடு மறைத்தன

கரையான்கள் என் மேல் பற்று கொண்டு

புற்று கட்டின

நான் இன்னும் இருக்கிறேன்

வெயிலில் இளைப்பாறும்

நாய்களையும், ஆடுகளையும்

பார்த்துக்கொண்டு

உடைந்து விழும் செங்கற்களை

காத்துக்கொண்டு

இதோ மழைக்காலம்...

வெள்ளப் பேருந்து எனை அழைத்துச் செல்லலாம்

நினைவுச் சீட்டை கிழித்துத் தர

நடத்துனராய் வாருங்கள்...

10

புத்தனின் சிரிப்பு

புத்தனின் சிரிப்பைப் போல்

உன் பார்வை வசீகரமாய்

ஆசைகளை வெற்றி கொண்டு

என்ன செய்யப் போகிறேன்?

மந்தகாசப் புன்னகையை

நீ உதிர்க்க

காதல் ஞானம் பெற்று

உரைத்தேன் ஒரு ஜென் கவிதை

புத்தன் முறைக்கிறான்!

மன்னிக்கவும்! ஒரு பெண் கவிதை.

11

தற்காப்பு

அறுக்கப்படாமல் இருக்க
தன்னை கிழித்துக்கொள்கிறது
வாழை இலை
காற்றுக் கத்தியால்...

12

சந்திப்பு

போகாத தேசத்தின் காணாத சாலையின் ஓரம்
ஓர் வெயில் கால அந்தி சாயும் பொழுதினில்
ஆப்ரிகாட் மரங்களினூடே காற்று சுற்றி வருகையில்
புல்வெளியில் படுத்து வான் பார்ப்போம்
அருகிலிருக்கும் தேவாலயத்தின் மணியோசை
காலம் அதன் போக்கில் செல்வதை உணர்த்த
நாம் நம் போக்கில் செல்வோம்
யாதும் கரைந்து போன அப்பொழுதுகளில்
நானும் நீயும் மட்டும் விதிவிலக்கா என்ன?
பூமி தன் நினைவில் வைத்திருக்கும் காதல்களில்
ஒன்றை மீட்டெடுத்து உயிர் கொடுப்போமா?
இந்த காணாத சாலை ஓரம் நம்மை இணைக்கும்
ஆம், நாம் சந்தித்துக் கொள்வோம்
அந்தி சாயும் பொழுதினில்
ஆப்ரிகாட் மரத்தடியில்...

13

கணிப்பு

எதிர்காலம் கணிக்க எத்தனை வழிகள்?
கிளையில் இளைப்பாறிய கிளியைப்
பிடித்து ஒரு வித்தை
உள்ளங்கையில் பாயும் ரத்த நதியின்
கரைகளாம் ரேகைகளில் ஒரு வணிகம்
காலம் என்னும் கடவுளுக்கு
கட்டம் கட்டி, தேதி குறித்து
ஒரு கணக்கு
கணிணியும் வந்து விட்டது இத்தொழிலுக்கு
ராசிக்கல் மோதிரத்துக்கு போட்டியாக!
உங்களுக்கு ஆயுள் நூறு
என சத்தமாக கூறிய சோதிடரின் இதயம்
கடைசி ஆறு துடிப்புகளில்
மௌனமாக...

14

மென்பொறி

சமூகமாய் வாழ்ந்துவிட்டு போனால் என்ன
இச்சமூகத்தில்
செய்தித்தாள்களில் வகைவகையான குற்றங்கள்
மனிதன் முன்னோக்கி செல்கிறான்
பின்னோக்கிய பாதையில்
தனியனாய் தவிக்கிறான் மன இறுக்க வாதையில்
அனாதையாய் அழுதுகொண்டிருக்கும் அறம்
தத்தெடுக்க நாதியில்லை, உண்மைகளில்
பாதியில்லை
அடுத்தவன் கோமாளித்தனத்தை வேடிக்கையாக
பின்தொடரும் வாடிக்கையாளர்களே!
சுற்றியுள்ள மாயக்கண்ணாடிகளின்
பிம்பத்திலிருந்து தப்ப முடியாது நாம்
உன்னால் முடியாது ரௌத்திரம் பழக
அறச்சீற்றம் கொள்ள, அன்புமொழி சொல்ல
பத்திரமாக அடைந்துகொள்
உன் கைபேசியின் மென் பொறிக்குள்

குறுந்தகவலின் கதகதப்பில்

கானல்நீர் காதல்களின் நொடிச் சிலிர்ப்பில்

உலகம் பற்றி எரியட்டும்... பற்றி எரியட்டும்...

15

சுமை

எங்கோ தூரத்தில்
உறைந்து கிடக்கிறது பனி
காற்றே
குளிர் சுமந்து வா!

காணாமல் போனது வானம்
மேகமே, நீ வானத்துண்டுதானே
பெய்!
கண்டடைவோம் வானத்தை

வெக்கை சுமை
தாளாமல் எரியும்
காட்டு மரங்களே
சாம்பலில் உயிர்த்தெழும் தளிர்

உங்கள் சுமை கண்டு பொறாமை
என் மனமோ கழுதை

நினைவுப் பொதி மூட்டைகளை இறக்கி

வைக்கலாம்

என நினைத்தால், என்னை உதைக்கிறது...

16

அறைக்குள் வந்த பட்டாம்பூச்சி

மாலை இரவுக்கு பட்டா எழுதிக்கொடுத்தபோது

என் அறைக்குள் நுழைந்தது அந்த பட்டாம்பூச்சி

காற்று வகுத்த பாதையில் சென்ற அது

நேற்று முளைத்த அடுக்ககத்தின் சாளரத்தால்

ஈர்க்கப்பட்டது

வெகுநேரம் சுவற்றில் அமர்ந்திருந்த

அந்த சிறகு முளைத்த புத்தன்

மின்விசிறி சுற்ற ஆரமித்தவுடன்

அங்குமிங்கும் பறந்து

திறந்திருந்த புத்தகத்தில் அமர்ந்து

எழுத்துப்பூவில் தேனெடுக்க முற்பட்டது

பாவம்! பட்டாம்பூச்சிகள் தேனெடுக்கும் வகையில்

நாம் நூல் எழுதவில்லை

ஏமாந்து எனைப்பார்த்து

இதுதான் உங்கள் படைப்பா என்றது

மன்னிக்கவும் பூச்சியாரே, நான்

அறிவுக்குளத்தில் நீந்தும் சிறுவாத்து

நீயோ ஆகாயத்தின் அரசன்

சிறிது நேரம் மவுனித்து, படபடத்து

அதன் வண்ணத்தை தாள்மேல் உதிர்த்துவிட்டு

வெளிசென்றது

கண்மூடி உள்சென்றேன் நான்...

17

ஓர் ஏரியின் அவதானிப்பு

நான் ஓடுவதில்லை ஆற்றைப்போல
சுருங்குவதுமில்லை குளத்தைப்போல
நடுவில், ஆம் நான் நீர் புத்தன்
காலையில் செங்கால் நாரைகளுடனும்
முற்பகலில் வெயிலுடனும்
பிற்பகலில் தனிமையுடனும்
மாலையில் படகில் மிதக்கும் மனிதர்களுடனும்
இரவில் தவளைகளுடனும்
என என் பொழுதுகள் அலாதியானது
விரைவில் என் மேல் முளைக்கும்
வீடுகளின் மாடியில் நாரைகளுக்கு
மட்டும் தொட்டியில் நீர் வேண்டும்
தவளைகள் பிழைத்துக்கொள்ளும்
தனிமையையும் வெயிலையும்
என் நினைவாக வைத்துக்கொள்ளுங்கள்
பெருமழை வரட்டும்
மீண்டும் சந்திப்போம்...

18

இல்லாதவன்

நீ என்னுடனேயே இருக்கிறாய்
என்ற இறுமாப்பில்
உன்னுடன் நான் இல்லாமலேயே இருந்துவிட்டேன்
இனி எப்பொழுதும் நான்
இருந்தும் இல்லாதவன்...

19

இதுவும் கடந்து போகும்

இரு நூறு ரூபாய் சம்பாதித்து
அதை வீட்டுக்கு போகும் வழியில்
மதுக்கடையில் பாதியாக்கி
மீதியை மனைவியிடம் கொடுத்துவிட்டு
குழந்தையை கொஞ்சாமல்
நரம்பு சுருட்டிய கால்களை தரையில் விரித்து
கண் அயரலாம் என நினைக்கையில்
மூவரின் மேல் ஏறிச் செல்கிறது
பக்கத்து வில்லாவில் புதிதாக குடிவந்த
தொழிலதிபரின் பதினாறு வயது
மகன் ஓட்டிவந்த கார்
ஆறுதல் கூறவந்த சட்டமன்ற உறுப்பினர்
மிகுந்த கரிசனத்துடன் சொன்னார்
"சார், கவலைப்படாதீங்க, பையனுக்கு பதிலா
நம்ம ஆள் உள்ள போவான்
தேர்தல் வருது, கொஞ்சம் பாத்துப் பண்ணுங்க"...

20

வான்வீழ்ச்சி

அச்சிறு விமானம் மேலெழும்பியது
பத்திலிருந்து அடி நூறாக, இருநூறாக...
பத்தாயிரத்தில்
கீழே அனைத்தும் அளவு குறைந்து, அழகு மிகுந்து
விமானத்தின் கதவு திறக்க
இதயத்தில் பெரும்பயம்
வான்குடை மிதவை விரியவில்லை என்றால்
ஆயிரம் துண்டுகளாக வாய்ப்புண்டு
எண்ண ஓட்டத்திலிருக்கும்போதே
குதித்துவிட்டேன்
பூமி அன்னை அதிவேகமாக இழுத்தாள்
மேகமெத்தைகளில் உறங்க அவா,
தாங்கவில்லை அவை
தங்கவில்லை நான்
பறவைகள் வினோதமாக பார்த்தன
இவன் தொல்லை வேண்டாமென மேலே வந்தால்
இங்கேயுமா?

காற்றைக் கிழித்து பறக்கும் சக்தி பெற்றேன்

இம்மரண விளையாட்டின் ஒவ்வொரு நொடியும்

முக்திபெற்றேன்

வான்குடை மிதவை விரிய

பேரழகை நான் அறிய

வீழ்ந்தேன் எழுச்சிபெற்று

முதல்முறை விழுந்ததற்காக மகிழ்ச்சிபெற்று.

21

சிறை

என் வெறுமை பெருமை பேச எத்தனித்ததால்

பிறந்த வார்த்தை குழந்தைகளே

என்ன விந்தை!

நீங்கள் மேய்ப்பன் இல்லா மொழியாட்டு மந்தை

எய்த அம்பாக என் பேனா

செய்த வில்லாக மூளை

பெய்ததோ சொற்குறுதி மழை

அணைகட்ட நான் யார்

எண்ண நதிக்கு

பிணைக் கைதியானேன்

வெண் காகிதச் சிறையில்...

22

நாடக மேடை

உயரதிகாரியின் தலையில் குட்டு வைக்கத்
தோன்றும்
ஆனால் - கட்டிய கைகளும், ஈயென்ற இளிப்பும்
சொந்தக்காரரர் வீட்டு சமையலில் பீதியாகும் நாக்கு
சொல்வதோ - இதுவல்லவோ ருசி
செய்யும் வேலைக்கு பொருத்தமான பட்டம் -
பேராசைப் பிசாசு
பேனரில் இருப்பதோ - மக்கள் தொண்டன்,
அரசியல் துறவி!
காலை வகுப்போ, பின்னிரவு தாலாட்டிசை
வாத்தியாரே - அருமையா பாடம் எடுக்கறீங்க
நல்லாயில்லை நன்றாயிருக்காகவும்
மோசம் பரவாயில்லைகளாகவும்
களவாணித்தனம் சாமர்த்தியங்களாகவும்
பின்தொடர்தல் காதல்களாகவும்
பொறுக்கித்தனம் வீரமாகவும்
காலை வாருதல் அடிப்படைத் தேவையாகவும்

போட்டுக்கொடுத்தல் வளர்ச்சியாகவும்

காழ்ப்புணர்ச்சி கலையாகவும்

நான் எழுதியதை

கவிதையாகவும் நினைத்து,

கூட நடிக்கும் சக கலைஞர்களின்

ஷாட் ஒரே டேக்கில் ஓகேயாக வாழ்த்துகிறேன்...

23

விலங்கு வர்க்கம்

வாகனங்கள் தன்மீது மோதிவிடுமோ
என பயந்து தடுமாறி ஓடி விழுகிறது
சொறி பிடித்த தெரு நாய்
மகிழுந்தின் பின் இருக்கையில்
இருந்து சாலையில் கால் வைக்கலாமா?
வேண்டாமா? என யோசித்தபடியே
நடைபயில கீழ் இறங்குகிறது
சட்டை போட்ட சீமை நாய்...

24

கூடு

கூட்டிலிருந்து வெளிவரும் புழு
கூட்டை இழுத்துச் செல்வதைப் போல
கடைசிவரை தம் வீடுகளுடன்
மனிதர்கள்
ஆழ்மன சாளரத்தின்
வழியே கையசைக்கிறாள்
இளம்பருவத்துத் தோழி...

25

தீர்ப்பு

தீர்ப்பை படித்துக்கொண்டிருந்த வேளையில்
பதைபதைப்புடன் இறைவன்
ஏனடா மானிடா? நான் இங்குதான்
இருக்க வேண்டும் எனக் கூற யார் நீ?
என்னை வைத்து எத்தனை
கொலைத்திருவிழாக்கள்?
சிரச்சேத பூசை, ஆட்சியதிகார மாற்றம்
சில நேரம் தோன்றும்
இறைவன் நானா, அல்லது நீயா?
என்ன வேண்டுமோ செய்
கட்டியதை இடி, இடித்துக் கட்டு
அகழ்வாராய்ச்சி செய்
ரதயாத்திரை செல்
எனக்கே பலபெயர் இட்டு
சண்டையிட்டு மடி
ஒன்று மட்டும் நிச்சயம்
செவ்வாய் என்ன, எந்த கிரகத்துக்குள்ளும்

உன்னை அனுமதிக்க மாட்டேன்

கோயிலோ, மசூதியோ, தேவாலயமோ

வேண்டாம் எனக்கு

ஆல்பா சென்டாவுரியில்

ஓலை குடிசை கட்டிக்கொண்டு

கூலோ கஞ்சியோ குடித்துக்கொள்கிறேன்

ஆளை விடுங்கப்பா...

26

இளமை ஊஞ்சலாடுகிறது

எனை நோக்கி வந்த கால்பந்தை
தம்மை நோக்கி உதைக்க சொன்ன
சிறுவர்கூட்டத்தில்
ஒரு பொடியன் கூறினான்
அண்ணா, பந்தை உதைங்க
மகிழ்ச்சி பெருக்கெடுத்த வேளையில்
இன்னொருவன் கூறினான்
அங்கிள், பாலை உதைங்க
கோபம் கொப்பளிக்க நான் அவர்களைப் பார்க்க
ஒரு பட்டிமன்றம்
அவர் அண்ணண்டா,
அவர் அங்கிள்டா
தீர்ப்பில் நான் அண்ணனாக
ஒத்துக்கொள்ளப்பட்டேன்
இளமை ஊஞ்சலாடுகிறது
எப்போது வேண்டுமானாலும்
கீழே விழலாம்
அதுவரை நான் அண்ணன்தான்

27

வழி சொல்பவன்

கூப்பிட்ட குரலுக்கு கூகுள் வராத கிராமத்து
சாலையில்
அங்கு எப்படி செல்ல வேண்டும்? என்ற கேள்விக்கு
கேட்கக்கூடாததை கேட்டது போல் ஏறெடுத்து
பார்ப்பவரும்
தெரியாது என உண்மை சொல்பவரும்
தெரிந்து கொண்டே தெரியாது என இறுமாப்பு
காட்டுபவரும்
கஷ்டமான வழிசொல்லி சுற்றவிட்டு மகிழ்பவரும்
குத்து மதிப்பாக கூறி குழப்பிவிட்டு ஓடுபவரும்
எப்படியெல்லாம் செல்லக்கூடாது என வகுப்பு
எடுப்பவரும்
ஏன் அங்கு செல்கிறீர்கள் என கேள்வி கேட்பவரும்
ஊருக்கு புதுசுங்களா என குசலம் விசாரிப்பவரும்
சரியான வழி சொல்லி உதவி செய்பவரும் என
பலர் இருக்க

வழி சொல்வதனால் மட்டுமே தன் வாழ்வை
அர்த்தப்படுத்திக்கொள்ளும் முதியவர்
இருக்கத்தான் செய்கிறார்.

28

மாடல்ல மற்றவை

கொம்புக்கு கட்சிக் கொடி வண்ணம் அடித்தபோதே
அரசியலுக்கு வந்துவிட்டது மாடு
படிப்படியாக முன்னேறி இன்று முதல்தர
குடிமக்கள்
இனி அவை வீட்டுக்குள் சாணி போடலாம்
பணக்கட்டுகளை உணவாக கேட்கலாம்
உங்களுக்கு பால் தர மறுக்கலாம்
மறந்தும் திட்டியோ, அடித்தோ விடாதீர்கள்
மாட்டிக்கொள்வீர்கள்!
புரதம் அதிகம் என கொறித்தால் போச்சு
'நாக்' அவுட்தான்
இனி விரதமிருப்பதுதான் ஒரே வழி
கன்றுக்குட்டிகளை பள்ளியில் சேருங்கள்
உங்கள் குழந்தைகளுக்கு புண்ணாக்கு கொடுங்கள்
மூதாதையர்கள் அருகில் பசுவின் படத்தை
மாட்டவும்
காலர்ட்யூனாக வைக்க வேண்டியது

கோமாதா எங்கள் குலமாதா பாட்டை
இல்லையென்றால் முதுகை பதம்பார்க்கும்
சாட்டை
மாடசாமி என பெயர் கொண்டவர்கள்
பாக்கியவான்கள்
ஆண்டனிகள் சாக்கிரதை
மாடுதான் பாட்ஷா, அது முகம்மதுகளையும்
கொல்வதுதான் முரண்
சற்று பொறுங்கள்
பசுவொன்று வருகிறது
வணங்கிவிட்டு வருகிறேன்
ஏன்? என்று கேட்கிறீர்களா
மாடல்ல மற்றவை.

29

எல்லைச்சாமி

அய்யனார், பாடிகாட் முனீஸ்வரன் என
பெயர் இல்லை உனக்கு
ஊர் நடுவில் இருந்தாலும் நீ எல்லைச்சாமிதான்
மூன்றடி உயர சிறுகோயில் உன் உறைவிடம்
அதுவே சிறுவயது விளையாட்டின் மறைவிடம்
உனக்கு அலங்காரம் இல்லை
பூசை புனஸ்காரம் இல்லை
புழுதிமணலை திருநீறாய் பூசினோம்
மதிய அனலில் தீபாராதனை காட்டினோம்
ஊசிப்போன குழம்புக்கதை முதல்
காசிப் போன கிழவர் கதை வரை
அனைத்தையும் அறிந்தாய்
ஊர்ப்பெண்டிர் உரையாடலில்
உன் ஊசிக் காதை நுழைத்து
நாசி துளைக்கும் மன்வாசமே அகர்பத்தி
பாசி பிடித்த குட்டைநீரே புனித தீர்த்தம்
நீ மக்களுக்கு மட்டுமா சாமி

பெருமழை வந்தபோது எத்தனை
சிட்டுக்குருவிகள் உன் சிறுகுடிலில்
சிறகு உலர்த்தின
இன்றோ ஊரில் ஆளில்லை
உன்னை கடந்து செல்ல ஒற்றை காலில்லை
தார்ச்சாலை வந்தபின்
செல்வந்தேடி அனைவரும் செல்ல
நீ தனியனாய்
மனிதன் விலக, இயற்கை நெருங்கும்
அன்று எங்களுக்கு நீ சிறுதெய்வம்
இன்றோ, வனமும் மணலும்
ஊர்பெருமையையும், வெறுமையையும்
கட்டி ஆளும் பெருந்தெய்வம்.

30

குடியுரிமை

வால் துறந்த வானரமாய் பரிணமித்து
காட்டிலும் மேட்டிலும் உணவு தேடி
கூட்டமாக வனவிலங்கை வேட்டையாடி
இருண்ட குகையில் இடிசத்தம் கேட்டலறி
பெயரில்லா மனிதனாக சுற்றித்திரிந்தாய்!
உன் குடியுரிமை கேட்கவில்லை காடும் மலையும்

கிழங்கு நெல் கோதுமை பயிரிட்டு
கும்பலாக நதியோரம் முகாமிட்டு
பண்டமாற்றி கண்டமெங்கும் பரவிப்பெருகி
பின் கடல்கடந்து பெருந்தொலைவு பயணம்செய்து
புது உலகம்தனில் கால்தடத்தை நீ பதித்தாய்!
உன் குடியுரிமை கேட்கவில்லை கடலும், மணலும்

வலசை வரும் பறவைக் கூட்டத்தில்
ஒரு பறவையை பிரித்தெடுத்து
அதன் அலகின் நீளம் சிறிதென்று

வந்த வழி போகச்சொன்னால், நாம் தந்த வலி மறக்குமோ?

அலகிற்கும் நீரிற்குமிடையே யார் நாம்?

அது இயற்கை அளித்த 'குடி'யுரிமை.

31

கிராண்ட் கேன்யன்

கொலரடோ ஆறென்னும் பொற்கொல்லன்
வடித்த தங்க சிலையோ நீ!
பல்லாயிரம் ஆண்டுகள் காத்திருந்து
நீரோவியன் வரைந்த செஞ்சித்திரமே
பள்ளத்தாக்கில் என்ன அழகிருக்கப்போகிறது
என அங்கலாய்த்தால்
உன் அங்கமெல்லாம் காற்று
காதல் கவிதை வாசித்த தடம்
கவிழ்ந்த கோழிக்கூடை ஒருபுறம்
மரமீசை மழித்த மலைமுகம் மறுபுறம்
பச்சையை துறந்த செந்துறவியே!
இடதுசாரிகளை ஏற்றுக்கொண்ட
ஒரேயொரு அமெரிக்க நிலம் நீ
எங்கும் சிகப்பு
கதிரவன் சுட்டதால்
வழியும் செங்குருதி
மழையோடு என்ன பிணக்கு?

கைகுலுக்கி கதைபேசி பல வருடமாச்சோ!

இக்கல் மாளிகையில் தங்கும்

மனிதனுக்கு செவ்விந்தியன் என

பெயர் இருப்பதில் வியப்பேதுமில்லை

சிலமாதம் வெள்ளைப் பணி

சிறைபிடிக்குமாமே உன்னை

அது வானத்தின் காலனியாதிக்கம்...

தொடர் கொலைகாரர்கள்

குடும்பத்தை பிரிக்க புதுப்புது உத்திகள்

அக்காள் பிள்ளைகளை கொல்லத்துடிக்கும் சித்திகள்

சொத்தை அபகரிக்க எத்தனை எத்தனை வித்தைகள்

போலிச்சிரிப்புடன் குழிபறிக்கும் அத்தைகள்

மிட்டாய் பிஸ்கட் வாங்கித்தரும் மாமன்களோ

குழந்தைகளை கடத்தி கொடுமைபடுத்தும்

காமன்கள்

நாத்தனார்கள் சேலை உடுத்திய கூலிப்படை

கொழுந்தன்மார்களோ நடமாடும் மதுக்கடை

அண்ணி வடிப்பதோ முதலைக்கண்ணீர்

மாமியார் பேச்சில் எப்பொழுதும் வெந்நீர்

சித்தம் கலங்கியவன் கூட சிந்திக்கமாட்டான்

இப்படி

ரத்தம் பாயவில்லையா உங்கள் மூளைக்கு

உறவுகளில் இருக்கலாம் கெட்டவர்கள்

கெட்டவர்கள் மட்டுமே உறவென்றால்

அதை சின்னத் திரையில் காணும்

நாளைய தலைமுறை தனித்தீவாகும்

அப்பொழுது கூட தூண்டிவிடுவீர்கள்

தனியாய் இருப்பவனை தற்கொலைக்கு!

33

உணவுச் செயலி

உணவு தேடி மனிதன் அலைந்த காலம் போய்

மனிதனைத்தேடி உணவு வரும் காலமிது

செயல்படவிடாமல் அமரவைக்க

எத்தனை செயலிகள்?

வீட்டுச்சாப்பாட்டை உணவகச் சுவையிலும்

உணவகச் சாப்பாட்டை வீட்டுத்தரத்திலும்

எதிர்பார்க்கும் நாக்கு ஒரு சதைமுரண்

அடை மழையில் அரைமணி நேரத்தில்

உணவு கொண்டு வருவதற்குள்

ஆயிரம் தடவை வைதிருப்போம்

ஆறேழு தடவை கைபேசி அழுத்தியிருப்போம்

காலனுடன் சண்டையிட்டு

களைத்துப்போய் நம் கதவு தட்டும்

சகமனிதனுக்கு நன்றியுரைக்காமல்

சகதி வாரித் தூற்றிவிட்டு

சட்டென கதவடைக்கிறோம்

சுவைக்காக பர்கரை பதம் பார்க்கும் பற்கள்

வயதில் அரைசதம் காண்பதே அரிதானதே

காலையில் அம்மா செய்ததை

இரவில் பழையது என ஒதுக்கும் நாம்

யாரோ என்றோ சமைத்ததை

புதியதென கருதுவதே இச்செயலிகளின் வெற்றி

மாற்றிப் பாடுவோம் பாரதிப் பாட்டை

தேடி வந்த சோற்றை நிதந்தின்று

பல சின்னஞ் சிறுகதைகள் பேசி.

34

மக்களாச்சி

வாக்காளப் பெருமக்களே
என வாஞ்சையுடன் அழைக்கும்
நாடாள்பவர்களே!
இன்னும் எத்தனை ஆண்டுகள்தான்
அதே நிறைவேற்றப்படாத
சாலை வசதி, குடிநீர் வசதிகளை
பற்றிச் சொல்லி போட்டியிடுவீர்கள்!
ஒரு மாற்றத்திற்கு லஞ்சம் குறைவாகக் கேட்போம்
கமிஷனை தவணையில் வாங்குவோம்
ஊழலை ஊர்மக்கள்
ஒத்துழைப்புடன் செய்வோம்
எனச் சொல்லி பாருங்கள்
மக்களுக்கு கதாநாயகனைவிட
வில்லனை பிடிக்கும் காலமிது
உங்களுக்குத்தான் வாக்கு
கூப்பிட்ட குரலுக்கு ஓடோடி

வந்து பங்கைக் கொடுங்கள்

ஐந்தாண்டு விளைச்சல் அமோகமாய் இருக்கும்

ஏனென்றால் இது மக்களாச்சி!

மண்ணாங்கட்டியாச்சி!

35

ஆதி நிலம்

மலையைக் குடைந்து

மரத்தை வெட்டி

யானைகளை விரட்டி

ஆதிகுடிகளை அப்புறப்படுத்தி

புதிதாய் கட்டப்பட்டுள்ளது

தங்கும் விடுதி

'இயற்கை' சூழலில்!

36

வளர்ச்சி

பொருளாதார வளர்ச்சி எட்டு சதவிகிதம்

கட்டுமானத்துறையில் நல்ல முன்னேற்றம்

உணவு உற்பத்தி திருப்திகரம்

தேநீர் கடை நாளிதழ்

நற்செய்தி உரைத்தது

இரண்டு ரூபாய் குறைய

அக்கவுண்டில் சேருங்கள்

என்றார் பட்டதாரி

சிரித்துக்கொண்டே ஆற்றினார் டீ மாஸ்டர்...

37

தண்டனை

ஆறுவயது சிறுமி
சிதைக்கப்பட்டு சடலமான பின்
குற்றவாளிகளை சுட்டுத் தள்ளுங்கள்
என்ற வீட்டில்
பையன் கால்மேல் கால்போட்டு தொலைக்காட்சி
பார்க்க
அவன் அக்கா வீடு கூட்டினாள்
தூக்கில் போடுங்கள் என்ற அப்பா
மகளை பொத்திப் பொத்தி வளர்க்க
மகனோ மதுக்கடை வாசலில்
ஆணுறுப்பை அறுத்தெறியுங்கள்
என்ற அம்மா
கராத்தே கற்க விரும்பிய பெண்ணை
பரதம் கற்றுக்கொள் என்றாள்
கல்லால் அடித்துக் கொல்ல வேண்டும்
என்ற மாமியார்
மாசமாய் இருக்கும் மருமகளைப் பார்த்து

ஆண்பிள்ளை கேட்டார்

பெண்கள் "பெண்களாகவே»

இருக்கும்வரை

ஆண்கள் "ஆண்களாகவே»

38

அவசரம்

ஆண்டு அனுபவித்து
பாட்டன்கள் இறக்க
புத்தாண்டின் நள்ளிரவிலேயே
அனைத்தையும் அனுபவித்து விடவேண்டும்
என தலைக்கவசம் இல்லாத கர்ணன்கள்
இருசக்கர ரதத்தில்!
அர்ஜுனன் போதை அம்பெய்த
ஆக்ஸிலேட்டரை முறுக்க சொல்கிறார் கண்ணன்...

39

மயிர்நீப்பின் வாழாக் கவரிமா

இருக்கும்வரை மதிப்பு தெரியாமல்

இழந்தபின் ஏங்குவது இளமைக்கு மட்டுமல்ல

மயிருக்கும் பொருந்தும்

நாணயத்தின் இருபக்கம் அவை

தலைநிலத்தில் வளரும் கருப்பு மரங்களே

உங்கள் கிளைகளை வெட்டினோம்

மாதம் ஒருமுறை முடிதிருத்தும் கடையில்

அப்பொழுதெல்லாம் இறுமாப்புடன்

திரிந்துவிட்டு இன்று வேர்களைக் காக்க

போர் புரிகிறோம் 'முடி'சூடா மன்னர்களாய்

பேனிடமிருந்து பேணிக்காத்து

பொடுகு போக்க நுரையிடம்

தலையை அடகு வைத்தும் பயனில்லை

'விக்'கை வரவேற்கிறது வழுக்கை

வெள்ளையை கருப்பாக்க ஒரு புரட்சி

தலைமை தாங்குகிறது தலை'மை"

அமேசான் காடுகள் அழிவதே உனக்காகத்தான்

வீடுகள்தோறும் எர்வா மார்டின்

கொட்டுவதில் நீ தேளுக்கு அண்ணன்

வருடக்கணக்கானாலும் வலிக்கிறது

கொட்டிய இடம் பார்த்தால்

கல்யாண 'முடி'வுகளில் உனக்கு பங்குண்டு

தரிசுநிலத்தில் நாத்து நட

மருத்துவ விவசாயிகள் ஆர்வத்துடன்

உள்ளே இருப்பதுதான் முக்கியம்

வந்தா மலை, போனால் மயிரென்கிறீர்களா

இது இன்று நேற்றைய பிரச்சனை இல்லை

ஈராயிரம் ஆண்டுகள் முன்பே

உயிர்நீத்தது கவரிமா மயிர்நீத்ததற்கு

40

வன்மம்

சாலையில் தேங்கிய மழைநீரை
சைக்கிளில் செல்பவர்மேல் வாரி இறைப்பதில்
விபத்து நடந்த இடத்தில் கூட்டம் கூட
'ஸ்பாட்லயே அவுட்' என ஆர்வத்துடன்
உச்சு கொட்டி மரணச் செய்தி சொல்வதில்
கூன் முதுகு கிழவி பேருந்தில்
திடகாத்திர ஆசாமி அடைகாத்து அமர்கிறார்
இருக்கையில்
தடுக்கி விழுந்தவனை தூக்கிவிடும் முன்
சின்னச் சிரிப்பு உதிர்க்கும் உதடுகள்
என வேர்விடும் வன்மம்
வேறிடத்தில் கிளை பரப்புகிறது

புகைப்படம்

காலத்தை உறைய வைக்கும் வித்தையை
கடவுள்கூட கண்முன் காட்டியதில்லை
அறிவியல் என்னும் அருவியில் குளித்துவிட்டு
பத்தொன்பதாம் நூற்றாண்டு தலைதுவட்ட
பயன்படுத்திய ஒளித்துண்டானாய்!
நொடிப்பொழுதுகளை மாயக்கருவிக்குள்
சேகரித்த வண்டானாய்
சாகாவரம் வேண்டி அலைந்தவர் கோடி
அசைவற்று அனைவரும் உன் வெளிச்சத்தை நாடி
ஆயுள் குறைந்துவிடும் என்று பயந்த பாட்டிகள்கூட
'ஆயில்' நீங்க பவுடர் பூசிய முகத்துடன் ஆர்வமாய்
கல்யாண ஆல்பங்களே
வீடுகளின் ஆவண காப்பகம்
நீக்கமற நிறைந்துள்ளாய்
அனைவரின் கைபேசியிலும்
நீடுழி வாழ்ந்தாய் புகைப்படமாக இருந்த வரையில்
இன்றோ அற்ப ஆயுளில் சுயமியாய்.

42

பிரியாணி

பந்திக்கு முந்து படைக்கு பிந்து என்பர்!

ஒரு படையையே பந்திக்கு முந்த வைக்கும்

சோற்றரசன் நீ!

அந்நியர் எமக்களித்த புண்ணிய உணவே

உன்னை எண்ணியே பசியாறும் மானிடர் பலர்

நீ இல்லையென்றால் தண்ணியே போதும் என

காதலர் உளர்! ஊன்சோறு என உனை அழைத்ததாம்

தமிழ்க்குடி

இந்த ஒரு வார்த்தைக்கு மட்டும் மன்னித்துவிடு

தமிழ்த்தாயே, பிரியாணி என்றழைத்தால்தான் உயிர்

பிரியாது இனி!

அரிசிக்குள் மறைந்திருக்கும் கல்லாய் நான்

பிரம்மித்து நிற்கிறேன் வகைகளைக் கண்டு

கறியும் சோறும் கணவன் மனைவியாய் வாழும்

திண்டுக்கல் பிரியாணியை பற்றி எழுதவா?

இல்லை ஒருதலைக்காதலுடன் ஒதுங்கி நிற்கும்

முகல் பிரியாணியை பாடவா?

வெண்பனித்துளியாய் தன் பணி செய்திடும்

தலசேரியே உனக்கு மசாலா மேல் ஏன் இந்த பிணக்கு?

கவிதை எழுதும்போது காணாமல்போனதே ஹைதராபாத்

எத்தனை ப்ளேட்? மறந்துபோனது கணக்கு

குழந்தைக்கு முகம் சிவந்ததுபோல் இருக்கும் லக்னோ பிரியாணியே

முப்பொழுது(த)ம் உன் கற்பனைகள்

நா பெரியவனா நீ பெரியவனா என சண்டை

பாசுமதிக்கும் சீரக சம்பாவுக்கும்

வேற்றுமையில் ஒற்றுமை காணும் நாம்

அனைத்தையும் உண்போம் ஆம்பூரை சாட்சியாய் வைத்து

சிக்கனா, மட்டனா, பீஃபா என்பது பிரச்சனை இல்லை லெக்பீஸா, தொடைக்கறியா என்பதே பஞ்சாயத்து

இதில் சத்தமே இல்லாமல் நுழைந்த உளவாளிகள்

மீன் பிரியாணியும் இறால் பிரியாணியும்

கடல் கடந்து வரவேண்டாம் எதிரிகளே!

சைவப்பிரியர்களுக்கு விதிவிலக்கு

வாழ்ந்துகொள்ளட்டும் வெஜ் பிரியாணி, தாழ்ந்து போகாது கறி பிரியாணி

கூடவே வரும் தாள்ச்சா, ராய்தா மற்றும் பிரட்

அல்வாவை

வருக வருக என வரவேற்கிறேன்

ஸ்விக்கியை வாழவைக்கும் சிங்கமே

உனக்கு ஆரம்பிப்போம் ஒரு சங்கமே! அரசியலிலும்

உனக்கு மவுசு அதிகம்

கட்சித்தலைவருக்கு வராத கூட்டம் உனக்கு கூடும்.

அனைத்து மதமும் உன் புகழ் பாடும்.

முடிந்தால் தடை செய்யட்டும் பிரியாணியை

ஆட்டம் காணும் வாக்கு வங்கி!

எத்தனை நாள் ஆனாலும் போராடுவோம் பிரியாணி

உண்டு ஓரிடத்தில் தங்கி!

43

ஒரு குட்டி யானை, ஒரு பாட்டி, ஒரு காக்கா

லோடு சுமக்கும் ஒரு குட்டியானை வண்டியின்
பின்புறத்தில் ஒரு பக்கம் காய்கறிமூட்டை
மறுபக்கம் நாலைந்து தண்ணி கேன்
காய்கறிமூட்டையின் மேல் சாய்ந்தபடி ஒரு பாட்டி
வற்றிய தேகமும் முகத்தில் அப்பிய சோகமும்
ஒருங்கே
கருவேப்பிலை கொத்தை வைத்து வெயில் தடுத்து
கண்ணுறங்க முற்பட்டாள் கருவேப்பிலையாக
ஒதுக்கி வைக்கப்பட்ட அந்த முப்பாட்டி!
எங்கிருந்தோ பறந்து வந்த காகம் இறக்கை
வலித்ததால் வண்டியின் சாரத்தில் அமர்ந்து
தண்ணி கேனை பார்த்தது...
பானையில் கல்லை போட்டு தாகம் தீர்த்த
நினைவுடன் காகம், வடை சுட்ட நினைவுடன்
பாட்டி
நரியாய் நான்!

44

மயில்காகம்

இரண்டு வயது மகனுக்கு எல்லா பறவையும்
காக்காதான்! குயில் காக்கா, மைனா காக்கா புறா
காக்கா, குருவி காக்கா.

ஒருநாள் தோட்டத்தில் எங்கிருந்தோ பறந்து வந்த
மயிலொன்று தோகை விரிக்க

அது என்னவென்றான்... மயிலென்றேன் நான்

மயில் காக்கா என்று சிரித்தான்! தூக்கி
வாரிப்போட்டது எனக்கு

மயிலென்றால் அழகென்றும் காகமென்றால்
அசிங்கமென்றும் பிரித்தறியும் பெரியவர் உலகில்
குழந்தைகளுக்காக நடனமாடுகிறது மயில்காகம்!

45

இரவின் நிறம்

கரம் கோர்த்து கடற்கரை நிலவை ரசிக்கும்
காதலர்களுக்கு இனிமையாகவும்!
இசை கேட்டு நெடுஞ்சாலை பயணம் செய்யும்
நண்பர்களுக்கு இன்பமாகவும்!
திசை தெரியாமல் நடுக்கடலில் நட்சத்திரம்
பார்க்கும் அகதிகளுக்கு நீண்டதாகவும்!
அருகில் யாரும் இல்லாமல் மருத்துவமனை
கட்டிலில் தூக்கம் தொலைத்தவனுக்கு
வெறுமையாகவும்! இரவுப்பணி பார்க்க செல்லும்
காவலாளிக்கு பகலாகவும் குழந்தைக்கு
பேயாகவும், குடிப்பவனுக்கு நோயாகவும் நிறம்
மாறும் இரவு,
வானத்தில் ஊறும் பச்சோந்தி!

46

இறுதி ஊர்வலம்

தூவப்பட்ட ரோஜா இதழ்கள் வாடவில்லை

தப்படித்த யாவரும் இன்று ஆடவில்லை! சிதையின்

அனல், மழையின் தொடுதலில்

ஒளிர்ந்து, குளிர்ந்து அடங்க இறுதியாக ஒரு

வார்த்தை பேசாமல் இறுதியாக பிடித்த முகத்தை

பார்க்காமல்,

இறுதியாக எதையும் சுவைக்க முடியாமல்

சுயநினைவிழந்து மரணித்த இளவயது

வாகனஓட்டியின் இறுதி ஊர்வலம் இறுதியாக

நிறைவடைந்தது எருமை மாடு தின்ற கடைசி

கண்ணீர் அஞ்சலி போஸ்டரில்!

47

மழைக்கடிதம்

ஆதிகாலம் தொட்டு முடிவுறா காதல் மழைக்கும்
மண்ணுக்கும்!
அவள் கடலின் நீர் வேர், நதியின் மூத்தகுடி
இடையில் வந்த நம்மை பார்த்து
எள்ளி நகையாடுகிறாள் முகில்மகள்!
ஒவ்வொரு துளிக்கும் ஒவ்வொரு முகம்
பால்கனியில் அமர்ந்து தேநீருடன் ரசித்தால் கவிதை
குடிசை பகுதியில் முட்டியளவு தங்கும் அழையா
விருந்தாளி
சாலையோர முதியவருக்கு மரணத்தின் முத்தம்
சில அரசியல்வாதிகளுக்கு விளம்பர யுத்தம்
கொசுக்களுக்கு கொண்டாட்ட காலம்
தவளைகளுக்கு தேனிலவு வாரம்
கிருமிகளுக்கு இது கிரிக்கெட் போட்டி
கொரோனா கிங்ஸ் ஒருபுறம்
டெங்கு சாம்பியன்ஸ் மறுபுறம்
நாம் விக்கெட்டை இழந்துவிடக்கூடாது

மனிதர்களுக்கு மட்டுமா நினைவுகள் உண்டு

ஏரிகளும் மழையும் மறுபடியும் சந்தித்து கொள்ள

அது மனிதர்கள் குதூகலிக்காத ரீயூனியன்

அந்த காலத்தில் பெய் என்றால் பெய்யுமாம் மழை

இது பெய்யாதே என்று சொன்னாலும் நிக்காத

பேய்மழை!

48

ஒரு கோப்பை வாழ்க்கை

சுட்டெரிக்கும் மதிய வெயிலில் தாகம் தீர்க்கும்
தண்ணீராக!
நடுங்கவைக்கும் கடுங்குளிரில் ஆவி பறக்கும்
தேநீராக!
மகிழ்வின் உச்சத்தில் கண்ணீராக, சோகத்தின்
மிச்சமாய் சிரிப்பாக!
எதிரும் புதிரும் இணைந்த இவ்வாழ்வின் கோப்பை
பலரைப் பருக
ஒரு சிலர் கையிலோ தினம் தினம் ஒரு கோப்பை
ரசனைக்கேற்ப அருந்தப்படுகிறது வாழ்க்கை!

49

சுவடுகள்

வாகன நெரிசலில் காலம்
கழுத்தை நெரிக்கும்போது
தாயின் தோள்மீது சாய்ந்துகொண்டு
பல வருடம் பழகியதுபோல்
சிரிக்கும் குழந்தையின் புன்னகையில்!
ஆறிப்போன தேநீராக இருந்தாலும்
பழங்கதைகள் சுவைக்கும் நண்பனின்
உரையாடலில்!
தனியாக உணவருந்தும்போது
இன்னும் கொஞ்சம் சாப்பிடுங்கள்
என்று உபசரிக்கும் உணவக பெரியவர் கரண்டியில்!
என எங்கும் நிறைந்துள்ளது
கண நேர மகிழ்ச்சியின் சுவடுகள்!

50

போர்

நேட்டோதான் எங்கள் நடவடிக்கைக்கு காரணம்

என்று வெடிகுண்டுகள் வீசிக்கொண்டே

அமைதி பேச்சுவார்த்தை நடத்தும் ரஷ்யா!

புடின் சர்வாதிகாரிபோல் நடக்கிறார்

என்று பிள்ளையையும் கிள்ளிவிட்டு

தொட்டிலையும் ஆட்டும் அமெரிக்கா!

ஆயுதங்களை மட்டும் கொடுத்துவிட்டு

வேடிக்கை பார்க்கும் ஐரோப்பா!

உதவிக்கு வருவார்கள் என ஏமாந்து

யானையுடன் மோதும் எறும்பாய் உக்ரைன்!

செஞ்சோற்று கடன் தீர்க்க

கள்ளமௌனம் காக்கும் இந்தியா!

இதுதான் சமயம் என எல்லைகளை

வரையறுக்கும் சீனா!

சண்டை நடந்தால் மண்டை உடையும்

என வீராவேசமாய் வடகொரியா!

நாட்டாமை என நினைத்தால்

அந்த படத்தில் வரும் மிக்சர் தாத்தாவாய் ஐநா சபை!

நாடுகளுக்கு இடையே போர் நடக்க

அனாதையாய் மக்கள்!

சுடுகாட்டில் வீடு கட்டி

குடிபுக ஆசைப்பட்டால் விருந்தினராய்

வருவது பேயும் பிசாசும்தான்!

நடத்துங்கள் உங்கள் போரை...

51

ஊர்

ஊருக்கு போனிங்களா?

ஊர்ல மழை பெஞ்சுதா?

ஊரோட போய்டலாம்னு இருக்கேன்.

எது ஊர்?

பிறந்த இடமா, இருக்கும் இடமா, போகப்போகும் இடமா?

கிராமமா, நகரமா, மாநகரமா?

நாடோடிக்கு பயணமே ஊர்

பறவைக்கு பறத்தலே ஊர்

கண்ணுக்கு உலகமே ஊர்

விண்ணுக்கு பிரபஞ்சமே ஊர்

ஊரோடு ஒத்துவாழ் என்பர்

ஊரை விட்டு ஒதுக்கி வைத்து

ஊர்ல நாலு பேர் நாலுவிதமா பேசுவார்கள்

அவர்கள் வெறும் நாலு பேர், ஊரல்ல

சில காலம் வரை ஊர் நம்மை சுமக்க

மீதி காலம் ஊரை நாம் சுமக்கிறோம்

நினைவில் காடுள்ள மிருகம்

கேள்விப்பட்டிருக்கிறேன்

நான் கனவில் ஊரில் வசிக்கும் மனிதன்

52

சலூன் கடை அண்ணன்

பரட்டை தலையோ ஒற்றை முடி கொண்டவரோ
யாராக இருந்தாலும் சால்வை போர்த்தும்
பண்பாளர்
கத்திரிக்கோல் கையில் நடனமாட
சீப்பு சிகையில் பாத்தி கட்ட
நீரை தெளித்து மண்டையில் விவசாயம்
செய்யும் நாகரிக விவசாயி
ஆண்டவன் கொடுத்த நரை முடியையே
கருப்பாக மாற்றத் தெரிந்த மந்திரவாதி
அந்த காலத்திலேயே
ரேடியோவில் ஓடும் பாட்டுக்கு வாயசைத்து
மயிர்க்கூச்சரிய வைக்கும் டப்ஸ்மாஷ் கலைஞன்
சவரகத்தியை கழுத்தில் வைத்து
அவர் கேட்கும் கேள்விக்கு இல்லை என்று பதில்
கூறும் வீரனை நான் பார்த்ததில்லை!
ரஜினி ஸ்டைல் முதல் விராட்கோலி வரை
அப்டேட் செய்து வெட்டும் தொழில்நுட்ப வல்லுநர்

ஆண் குழந்தையோ பெண் குழந்தையோ

பாப் கட்டிங்கில் சமத்துவம் பேணும்

பெருந்தகையாளர்

ஊரக்கதை பேசினாலும் ஊர்ந்து வரும் பேனை

களை எடுப்பார்

பொடி வைத்து பேசி பொடுகு நீக்கும் எண்ணெய்

விற்று விடுவார்

டீக்கடை பையனிடம் அனைவருக்கும்

தேநீர் கொடுக்க சொல்வார் இலவசமாக!

அரை மணிநேரம் ஆனாலும் காத்திருக்கும் நாளிதழ்

படிக்கும் பெருசுகளுக்கு அந்த அறை

சொர்க்கலோகம்

தாயின்மடிக்கு பிறகு பலபேர்

கண்ணயர்ந்து தூங்கும் தியான மண்டபம்

எத்தனை ஹேர்ஸ்டைலிஸ்ட் வந்தாலும்

சலூன் கடை அண்ணனை அசைக்க முடியாது

மற்ற இடங்களில் அது முடியை நீக்கும் தொழில்

இங்கோ அது மூளையை தீண்டும் அனுபவம்!

53

சென்னையில் வண்டி ஓட்டுவது எப்படி?

சிவப்பு, மஞ்சள், பச்சை என்பது பொதுவிதி

அவசரம் ஒன்று மட்டும்தான் நம் தலைவிதி!

சாலையின் நடுவே எங்கு போவதென தெரியாமல்

நடனமாடும் பாதசாரிகள் ஒருபுறம்

உடம்பை குறைக்கின்றோம் என்று கிளிப்பச்சைநிற

சட்டையணிந்து சைக்கிளில் சடுகுடு ஆடுபவர்கள்

மறுபுறம்

சாதாரண இருசக்கரவண்டியை ரேஸ் வண்டியாக

நினைத்து சத்தம் எழுப்பி ரத்தக்கொதிப்பை ஏற்றும்

சுள்ளான்கள்!

ராமன் ஆண்டாலும் இராவணன் ஆண்டாலும்

கவலையில்லை என தனிவழியில் செல்லும்

ஆட்டோகாரரர்கள்!

வா சார்! என மரியாதையை கொடுக்காமல்

கொடுக்கும்

பண்பாளர்கள் இவர்கள்

ஆம்புலன்சை பின்தொடரும் சாமர்த்தியசாலிகள்!

வேகமாக முந்திச்சென்று அடுத்த சிக்னலில்

காத்திருக்கும் மகிழுந்துகள்!

பாதி கார்களில் பின் சீட்டில் நாய்கள்

வாலாட்டியபடி

அவைகளுக்கு இது ஒரு கார்காலம்!

அதிக சுமை ஏற்றும் லாரிகள், டெம்போவில்

மந்தைகளைப்போல் கட்டுமான வேலைக்கு

செல்லும் மக்கள்

இவைகளுக்கு நடுவே வியர்வை வழிய வண்டி

இழுக்கும் முதியவர்!

நினைத்த இடத்தில் நிறுத்தி பீதி கிளப்பும் ஷேர்

ஆட்டோக்கள்

நினைக்க முடியாத அளவுக்கு குழி பறித்து பைப்பை

பதிக்கும் மாநகராட்சி பணியாளர்கள்!

இது ஒரு மரண விளையாட்டு

எந்த பக்கமும் முந்திச்செல்லலாம், குடித்துவிட்டு

வண்டி ஓட்டலாம்

தலைக்கவசத்தை பெட்ரோல் டேங்கின் மேல்

வைக்கலாம்

சீட்பெல்ட்டை போடாமல் இருக்கலாம்

பேருந்தில் படிகளில் தொங்கலாம்

ரயிலில் தலையை நீட்டலாம்

நடைபாதையில் பைக் ஓட்டலாம்

ஸ்டாண்டை சாலையில் உரசி பொறி கிளப்பலாம்

பதின் வயது சிறுவர்களுக்கு கார் தரலாம்

இடதுபக்கம் கைநீட்டி, வலது பக்கம்

இண்டிகேட்டர் போட்டு நேராக போகலாம்...

மேம்பால தடுப்பில் மோதி வானத்தில் பறக்கலாம்

ஒருவழிச்சாலையில் வேகமாக வந்து நம்மை

முறைக்கலாம், இன்னும் எத்தனை எத்தனை

வித்தைகள் வாழ்க்கையில் என்ன சாதித்தாய் என்று

கேட்டால்

சென்னைவாசிகளே! கர்வத்துடன் சொல்லுங்கள்

நான் சென்னையில் வண்டி ஓட்டியுள்ளேன் என்று!

54

ஒரு குழந்தையின் வேண்டுதல்

அதிகபட்சமாக ஒரு குழந்தையின் வேண்டுதல்
என்னவாக இருக்கலாம்?
கூடவே ஓடி வரும் குறும்பான யானைக்குட்டி
நொடிக்கு நொடி நிறம் மாறும் பட்டாம்பூச்சியின்
சிறகு
உருட்டி விளையாட பௌர்ணமி நிலா
அதோடு நிலவில் வடை சுடும் பாட்டி
நீண்ட காதுடன் ஓடாத முயல்
தீண்டினால் சுருங்கும் தொட்டாச்சிணுங்கி
சிறிய கழுத்துடன் ஒட்டகச்சிவிங்கி
தட்டிக்கொடுக்க தோத்தோ, தடவிக்கொஞ்ச மியாவ்
உருகாத ஐஸ்கிரீம், குறையாத சாக்லேட்
நீளமான சறுக்குமரம், ஆயிரம் கிளை ஆலமரம்
பெட்டி நிறைய பொம்மைகள்
குட்டி போடும் மயிலிறகு!
அனைத்தையும் குறித்துக்கொண்ட கடவுள்

ஒரு இருபது வருடம் காத்திருக்க சொல்ல

வேண்டுதலை மறந்தது குழந்தை

வேண்டியவனை மறந்தார் கடவுள்

மற்றொரு குழந்தையின் வேண்டுதலை கேட்க!

55

நொடிப்பொழுது

வெயிலின் உக்கிரம் தாளாமல்
அனல் தகிக்கும் சாலையின்மேல் மேகம்
வீசிவிட்டுப்போன சில்லரைத்துளிகளாய்
என் இதயம் நனைத்தாய்!
இரவின் கருந்துளையில்
உள்ளிழுக்கப்பட்ட ஒளியாய் நான்!
சிதறடிக்கப்பட்ட பின் தேடுகிறேன்
என் இருள் பிம்பத்தை
இசையின் அதிர்வுகளில்
நரம்புகள் நயமாய் நடனமாட
மௌனச்சங்கிலி பிணைத்து
நிசப்தத்தை நீடூழி வாழ் என்றாய்!
காற்று விசையின் அரவணைப்பில்
கிளை பிரிந்த இலைகளை
கூடுகளுக்கு கடத்தி செல்லும்
இருவாச்சி பறவையாய் நீ

நொடிப்பொழுது மாறும் நிதர்சனங்களை
மறுப்பேதும் சொல்லாமல் உணர்ந்திட துடிக்கும்
தரிசனம் காணும் சிறு பக்தனாய் நான்!
கரிசனம் காட்டாத பெரும் கடவுளாய் நீ!

56

கொரோனா காதல்

ஆல்பாவாக இருந்த என்னுள் நுழைந்த டெல்டா
பிளஸ் நீ
உருக்குலைந்தது இதயம், மூச்சுக்கு ஏங்குது
நுரையீரல்.
எங்கிருக்கிறாய் என் ஆக்சிஜன் சிலிண்டரே!
முன்னராவது மனத்திரைக்கு பின் ஒளிந்திருந்தாய்
தற்பொழுது கூடுதலாக இரட்டை முகத்திரை
காதலில் இரட்டை வேடம் கூடாது!
உனக்கான என் காத்திருப்பு
இரண்டாம் தவணை தடுப்பூசி போல
நீண்டுகொண்டே செல்கிறது
கோவேக்சின் போடுங்களேன் என சிலரின்
அறிவுரை
கோவிஷீல்டுக்கு வாக்கப்பட்டவன் ஏறெடுத்தும்
பார்க்கமாட்டேன் மற்றவளை
என்னை ஹேண்ட் வாஷாக நினைத்து கை கழுவி
விடாதே

ஊரடங்கில் பின்வாசல் வழியாக
பொருள் விற்கும் கடைக்காரன் நான்
நீ காவல்துறையாய் வந்து கைதுசெய்
எத்தனை நாள் வேண்டுமானாலும் உன்
மனச்சிறையில் இருக்க தயார்
அடைத்து வை! அடித்து கொல்லாதே!
நான் மாநில அரசு, நீ மத்திய அரசு
புரிதல் வேண்டும் என்றால் தேவை "ஒன்றிய அரசு"
உணவுக்கு ஏங்கும் சாமானியன் நான்
உதவிக்கு வந்த தன்னார்வலர் நீ
நிலைக்கட்டும் உன் புகழ்
கோவா செல்ல திட்டம் போடும் நண்பர்கள் போல
தொடங்காமலேயே நம் பயணம்
தீநுண்மி விலகி இயல்பு திரும்பட்டும்
புது உலகம்தனில் நம் காதல் வெல்லட்டும்!

57

ஊரடங்கு

ஒரு வாரம் ஊரடங்காம்! அதற்குள் ஊரையே வாங்கணுமாம்!

காய்கறி, கறிமீன், அரிசி பருப்பு வாங்கியாச்சு!

போற வழி பழக்கடை திறந்திருக்க பழம் பத்து வாங்கியாச்சு!

துணிக்கடை திறந்திருக்க பட்டு வேட்டி வாங்கியாச்சு!

பாசிமணி வித்தாக, வண்ணமா இருக்கேன்னு மாலை ஒன்னு வாங்கியாச்சு!

உலகம் அழிய போகுது! உடனே வாங்கணுமே!

வாங்கறத வாங்கியாச்சு! இனி என்ன வாங்க போறேன்!

கயிற்றுக் கட்டிலில் தலை வச்சு ஆகாயத்தை அளந்து பாத்தேன்!

வானத்து விண்மீன வாங்க மறந்துட்டேன்!

சீறிடும் எரிகற்கள் வாங்க மறந்துட்டேன்!

நிலவை வாங்கலாம்னா அமாவாசைன்னு சொன்னாங்க!

இரவை வாங்கலாம்னா அது வெளிச்சத்துக்கு
பினாமியாம்!
கத்தும் தவளைகள பாம்புதான் வாங்கியாச்சு
சுத்தும் பூச்சிகளை ஆந்தைதான் வாங்கியாச்சு
முகக்கவசம் கழட்டி விட்டு ஊரையே
வாங்கியவனை
பேரமே பேசாம வைரஸ் ஒன்னு வாங்குனுச்சாம்!

58

பெருந்தனிமை

ஊரடங்கி பார்த்த கண்கள்

உலகமே அடங்கியதே என கலங்குதோ?

நாலு பேரை சந்தித்த கால்கள்

நான்கு சுவற்றுக்குள் முடங்குதோ?

கவலை வேண்டாம்! காலை கதிரவனும்

காரிருள் மேகத்தை கடக்கத்தான் வேண்டும்

பாறை தடுத்தாலும் தளரவில்லை

நதிநீர் கடல் கலக்கத்தான் ஓடும்

வையம் நம்மை வருடுகிறது

தேநீருடன் தொடங்கும் பொழுதில் மென்காற்றாய்

நெடுந்தொலைவு பயணித்து விழித்திரையை

முத்தமிடும் பொன் ஒளிக்கீற்றாய்

கூடு துறந்து காடு தேடும் பறவையாய்

கட்டவிழ்ப்போம் மனச்சிறையை

சுற்றுலா செல்ல வேண்டுமா

இதோ! ஜன்னல் வழி தெரிகிறது துண்டு வானம்

நகரத்து நெரிசலில் காணாமல்போன

விண்மீன்களை எண்ணுவோம்

நகராமல் நம்மை பார்த்து பரிகசிக்கும்

பிறைநிலவை கொஞ்சுவோம்

ஆலமரம் இல்லையென்றால் என்ன?

தொட்டிச்செடியில் தூளி கட்ட பழகுவோம்

அலைபேசியில் அடைப்பட்டது போதும்

மழலைகளை அழைத்து பேசுவோம்

பூங்காக்கள் பூட்டப்பட்டால் என்ன?

புத்தகத்தில் பூத்த வார்த்தை பூக்களில்

தேனெடுப்போம் வாசிப்பு சிறகு

விரித்த வண்ணத்துப்பூச்சியாய்

திரையரங்கு மூடப்பட்டால் என்ன

இடிமின்னலுடன் வானத்தில் மழைக்காட்சி

ஒற்றை பந்து இருந்தால் போதும்

மொட்டை மாடிதான் மைதானம்

தனிமை மீது வேண்டாம் வெறுப்பு

நம்மை கண்டுகொள்ள காலம்

நமக்களித்த கண்ணாடி அது

சிரிப்பதா? அழுவதா? என்பதை கண்ணாடிகள்

முடிவுசெய்வதில்லை!

59

நோய்

கழுத்து மிதிக்கப்பட்டு மூச்சுக்கு
தவிக்கவைத்த நிறவெறி
லத்திக்கு பசியென தந்தை மகன்
படைக்கபட்ட அதிகார மமதை
தண்டவாளத்தில் கறையாக
புலம்பெயர்ந்த குருதி
பேரிடர் காலத்திலும்
போரிட எத்தனிக்கும் எல்லை
வேடிக்கைக்கு பழக்கப்பட்டு
வெடிக்கு பழக்கப்படாத களிற்றின் வாய்
தினசரி செய்திகளில் தவறாமல்
இடம்பிடிக்கும் சிறுமிகளின் மரணம்
நம்பிக்கையை கொச்சைப்படுத்தும்
தரம் தாழ்ந்த விவாதம்
தன் கருத்தே சரியென
மதம் பிடித்த மனப்போக்கு
நிறுவனங்கள் தத்தளிக்க

நிறுவனமயமாக்கப்பட்ட சாதி கொடுமைகள்

சுட்டுக்கொல்லப்பட்ட ரௌடியுடன்

சேர்த்தே புதைக்கப்பட்ட குற்றங்கள்

உயிரை தக்க வைக்க உலகம் தவிக்க

ஆட்சியை காக்க குதிரை பேரம்

இத்தனைக்கும் நடுவில் கொரோனாவை

மட்டும் நோயென்றால் கோபம் கொள்ளாதா

வைரஸ்?

60

கொரோனாக்காலம்

கண்ணுக்கு தெரியாதவையே ஆட்டுவிக்கும்
மனிதனை
கடவுள், பேய், மதம், சாதியம், கருந்துளை
வரிசையில் கொரோனா
நான்தான் இனி என்று நாம் மார்தட்ட
யாரப்பா அது? என தமிழ்ப்பட வில்லனாய் வைரஸ்
பிஸி பிஸி என்ற கூட்டம் ஒருபுறம்
பசி பசி என்ற கூட்டம் மறுபுறம்
வைரஸூம் விட்டுவைக்கவில்லை விளிம்புநிலை
மாந்தரை
தீயவை தந்த நல்லவை சில
கையூட்டு பெறுகிறவராய் காட்டப்பட்ட
காவல்துறையை
கைகூப்பி வணங்கவைத்தாய் நீ
சிறுதெய்வமாய் இருந்த மருத்துவரை
பெருந்தெய்வமாக்கினாய்
தெய்வத்திற்கு கல்லறை தர மறுத்தால் மங்காது புகழ்

இதயத்தில் தேவாலயமாய் நீங்கள்
செவிலியரை சிஸ்டர் என அழைப்பதை விட
சாலச்சிறந்த ஆங்கிலச்சொல் 'மதர்'
தாய்மை உள்ளம் கொண்டு பிணி நீக்கும்
தூய்மை பணியாளரே!
குப்பை எங்கள் மூளையில்தான் உள்ளது.
நாளிதழில் நடுநாயகமாய் நீ
பாவம் அரசியல்வாதிகள், சினிமாக்காரர்கள்
குற்றம் குறைந்துள்ளதாம்
வீட்டில் கேரம் ஆடும் ரௌடிகள்
செத்தான் சேகரு என மகிழ்ச்சியாய் விலங்குகள்
தந்தூரி ஆகாமல் சுதந்திரமாய் பறவைகள்
நீங்கள் நல்லவரா? கெட்டவரா?
திருத்திக்கொள்கிறோம் எங்களை
திரும்பிப்போ நீ...

61

நான்கு சுவர்கள்

பெருந்தொற்றுக்கு ஆளாகி ஐந்தாம் நாளில் நுழைகிறது

என் நான்கு சுவர்களுக்குள் அடங்கிய வாழ்க்கை

செகோவின் தி பெட் சிறுகதை பாத்திரம் போல

ஒரே அறையில் என் பொழுதுகள்

கணினி, நாளிதழ், புத்தகம், திரைப்படம் என

நான்கு சக்கரங்களில்

ஓடுகிறது என் தனிமை பேருந்து

அவ்வப்போது ஆறுதல், சாளரம் தாண்டி வரும்

கோடை மழை தூறலும் பழைய படப்பாடலும்

தனிமைச் சிறை என்று அழைப்பது பிழை

தனிமையே சிறைதான்!

கருவறைக்கு பின்

என்னுடன் நான் அதிகம் பேசியது இந்த ஐந்து

நாட்கள்

சுவை தெரியாத நாக்கும்

வாசம் அறியாத மூக்கும் உணர்த்துகின்றன பசியின்

மேன்மையை!

நடக்க துடிக்கும் கால்கள் சொல்கின்றன
வெட்டவெளியின் மகத்துவத்தை!
அறை சுவரில் பல்லி என் அருகதையை பார்த்து
பரிகசிக்கிறது
"நானெல்லாம் மாதக்கணக்கில் இங்கு உள்ளேன்"என்று
சிறு பூச்சிகளும் எறும்புகளும் கூட
உரையாடுகின்றன!
நான்கு சுவர்களைவிட ஒரு கதவு பெரியது என்ற
எண்ணத்துடன் சுற்றுகிறது என் கடிகார முள்.

www.ingramcontent.com/pod-product-compliance
Lightning Source LLC
LaVergne TN
LVHW040011051026
849525LV00003B/813
* 9 7 9 8 8 9 4 7 5 2 4 0 2 *